탓쌍

Thạch Sanh

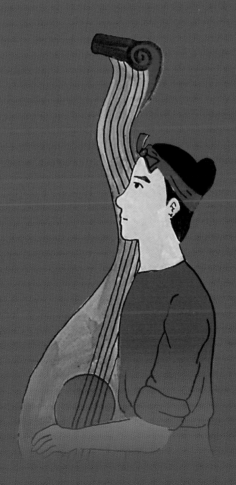

옛날에 탓쌍 (THACH SANH)이라는 고아가 있었어요.
그는 도끼 한 자루와 간단한 옷만 가진 채로 나무 밑동 작은 초가집에 살았어요.
낮에는 도끼로 나무를 패다 팔아서 생활을 하고 밤에는 혼자 열심히 무술을 익혔어요.

Ngày xửa, ngày xưa có chàng Thạch Sanh mồ côi cha mẹ từ nhỏ. Chàng
sống trong một chiếc lều nhỏ dưới gốc đa, tài sản chỉ có một chiếc rìu đốn
củi và một mảnh khố che thân. Ban ngày chàng vào rừng đốn củi bán lấy tiền
sinh sống, đêm đến chàng miệt mài tập luyện võ nghệ.

그러던 어느 날, 술 장사꾼 이통(LY THONG)을 만났어요.
탓쌍이 착하고 건강해 보이니 이통은 탓쌍을 이용하려고 했어요.
이통은 탓쌍에게 친해지고 싶다면서 의형제를 맺자고 탓쌍을 집으로 데려 갔어요.

Một hôm có anh hàng rượu tên là Lý Thông đi ngang qua thấy Thạch Sanh
thật thà, khỏe mạnh lại mồ côi, nghĩ có thể lợi dụng được.
Lý Thông bèn lân la hỏi chuyện làm quen rồi nhận kết nghĩa anh em và đưa
Thạch Sanh về nhà.

탓쌍과 이통의 나라에는 요괴가 살고 있었어요.
요괴는 백성들의 삶을 파괴하며 괴롭히고 있지만 나라에서 진압을 못 할 정도로
매우 흉폭했어요. 임금은 요괴에게 매년 한 사람씩 제물로 바치며 제사를 지냈어요.
이번에는 이통이 제물이 될 순서였는데 이통과 그의 어머니는 탓쌍을 제물로 보낼
음모를 꾸민 거예요. 이통은 탓쌍에게 "오늘 밤에 묘를 감시해야 하는데
내가 술을 받고 있으니 네가 대신 가주렴" 하고 부탁했어요.
탓쌍은 아무것도 모르는 채 묘를 감시하러 갔어요.

Bấy giờ có một con trăn tinh thường quấy nhiễu nhân dân. Không có cách
nào diệt trừ nó nên nhà vua cho lập miếu thờ và mỗi năm phải cúng tế cho
trăn tinh một mạng người.
Năm đó đến lượt Lý Thông phải nộp mạng. Mẹ con Lý Thông bày mưu đưa
Thạch Sanh đi chết thay. Hắn nói với Thạch Sanh "Hôm nay đến lượt ta ra
canh miếu thờ mà lỡ cất mẻ rượu quý nên em hãy đi ra miếu canh thay ta".
Thạch Sanh không nghi ngờ gì cả nhận lời đi luôn.

밤이 되자 한적한 묘 앞에 요괴가 나타났고, 탓쌍을 먹으러 입을 벌렸어요.
하지만 탓쌍은 무서워하지 않고 도끼로 몇 시간 만에 요괴의 머리를 자르고
몸을 태웠어요. 요괴의 몸이 타고 남은 재에서는 활과 금화살 3개가 나왔어요.

Nửa đêm giữa khu rừng vắng, trăn tinh hiện ra, giơ vuốt nhe nanh định ăn
thịt Thạch Sanh. Thạch Sanh liền vung rìu đánh lại tran tinh. Hai bên quần
nhau dữ dội đến gần sáng thì Thạch Sanh chặt đứt đầu và đốt xác trăn tinh.
Từ đống tro tàn xuất hiện một cây cung và ba mũi tên vàng.

이통은 탓쌍이 요괴의 머리를 들고 오는 모습을 보고 놀라는 척하면서
"요괴는 임금님의 보물인데 왜 죽였어? 네가 죽을죄를 지었다는 사실을 모르는구나.
남은 일은 내가 처리해줄 테니까 빨리 도망가." 라고 말했어요.
탓쌍은 그 말을 듣고 놀라서 바로 떠났어요. 그리고 이통은 서둘러 요괴의 머리를
궁궐에 가져가서 본인이 잡았다고 말했어요. 그러자 임금은 풍악을 울리고
이통에게 대장 직급까지 내렸어요.

Thạch Sanh vác đầu trăn tinh về nhà, Lý Thông nhìn thấy giả bộ hoảng hốt
kêu " Trăn tinh là báu vật của nhà vua, nay em giết chết nó thế nào cũng
mang tội chết. Thôi em mau trốn đi, để mọi việc anh lo liệu".
ghe vậy, Thạch Sanh liền giã từ anh và đi. Lý Thông liền vội vã mang đầu
trăn tinh vào tâu vua rằng mình đã trừ được trăn tinh. Nhà vua vui mừng
phong cho Lý Thông chức Đô Đốc.

얼마 후 공주가 산책을 하다가 큰 독수리에게 납치 되었어요. 우연히 탓쌍은
독수리가 공주를 물고 가는 모습을 보았고, 재빨리 활을 쏘아 독수리의 날개를
맞추었어요. 날개에 화살을 맞은 독수리는 공주를 놓지 않은 채 피를 흘리며 사라졌어요.
탓쌍이 피 자국을 따라 쫓아 갔는데 한 동굴 앞에서 사라졌어요.
한편, 임금은 무척 걱정하며 이통 대장에게 공주를 구해오라고 명령을 내렸어요.
그리고 공주를 구해오면 공주와 혼인을 시켜주겠다고 약속도 했어요.

Ít lâu sau, công chúa con vua đang đi dạo trong vườn thượng uyển thì bỗng
nhiên có một con đại bàng sà xuống cắp đem đi. Vô tình đại bàng bay qua
nơi Thạch Sanh đang sống, nhìn thấy thế Thạch Sanh liền giương cung bắn
trúng cánh của đại bàng.
Chàng lần theo vết máu đến một cửa hang thì mất dấu.
Thấy con gái bị đại bàng bắt đi nhà vua rất lo lắng và lệnh cho Đô Đốc Lý
Thông đi cứu công chúa. Nhà vua còn hứa nếu cứu được công chúa thì sẽ
gả công chúa và truyền ngôi báu cho.

이통은 명령을 받았으나 근심스러웠어요. 그래서 큰 행사를 열어서
은밀히 탓쌍을 찾았어요. 역시나 탓쌍은 행사에 나타났어요.
탓쌍을 만난 이통은 기쁘게 반기면서 공주를 찾는다는 이야기도 했어요.
탓쌍은 사실 대로 독수리 날개에 화살을 쏘았다고 말했어요.
이통은 탓쌍에게 자신을 독수리의 동굴로 데려가 달라고 부탁했어요.

Nhận lệnh vua Lý Thông rất lo lắng, hắn liền mở hội hát xướng để dò la tin
tức của Thạch Sanh. Quả nhiên, Thạch Sanh cũng ghé vào xem hội.
Gặp được Thạch Sanh Lý Thông mừng vui và không
quên kể chuyện phải đi tìm công chúa.
Thạch Sanh cũng thật thà kể lại chuyện mình đã nhìn thấy và bắn trúng
cánh đại bàng. Lý Thông mừng rỡ lập tức nhờ Thạch Sanh dẫn đến sào
huyệt của đại bàng.

독수리가 있는 동굴에 도착하자 탓쌍은 앞장서서 동굴 아래로 내려갔어요.
동굴 안에는 공주가 있었고, 공주는 탓쌍이 다가 올 수 있게
독수리에게 수면제를 먹였어요.
독수리가 잠든 후 탓쌍이 공주에게 줄을 매어주자 이통은 동굴 위로
공주를 끌어 올렸어요. 그리고 공주가 밖으로 나오자마자 이통은
동굴 문을 막아 버렸어요. 탓쌍이 동굴 밖으로 나가는 길을 찾는 사이에
독수리가 깨어났어요. 독수리는 무척 화를 내면서 탓쌍을 공격했어요.
탓쌍은 힘껏 독수리와 싸웠어요. 힘든 싸움 끝에 드디어, 독수리를 죽였어요.

Đến nơi Thạch Sanh tình nguyện xuống hang tìm công chúa.
Quả nhiên dưới hang có công chúa,
Thạch Sanh liền bảo công chúa lừa đại bàng uống thuốc mê,
sau đó buộc công chúa vào dây để Lý Thông kéo công chúa lên trước. Kéo
được công chua ra khỏi hang Lý Thông lập tức sai quân lấp kín hang.
Thạch Sanh chờ mãi mà không thấy Lý Thông dòng dây xuống kéo mình lên,
trong khi đó đại bàng cũng tỉnh giấc.
Không thấy công chúa đâu lại có kẻ lạ đột nhập, đại bàng nổi giận giao chiến
với Thạch Sanh. Thạch Sanh dũng cảm , dùng hết sức đánh lại đại bàng và
cuối cùng cũng giết được nó.

탓쌍은 동굴 안에서 탈출구를 찾다가 우연히 감금되어 있던 용왕자를 발견했어요.
탓쌍은 금화살로 철 감옥을 쏘아서 용왕자를 구했어요.
감사의 뜻으로 용왕자는 탓쌍을 용궁으로 데려갔어요.
용왕님이 기뻐하면서 탓쌍에게 많은 진주, 보석을 주었지만 탓쌍은 다 거절하고 악기
하나만 받아 자신의 초가집으로 돌아 왔어요.

Thạch Sanh tìm lối ra khỏi hang thì vô tình nhìn thấy một cái cũi sắt giam
một người con trai. Thì ra đó là con trai vua Thủy Tề đã bị đại bàng giam giữ
suốt một năm qua. Thạch Sanh giương cung bắn tan cũi sắt và cứu thái tử
đó. Cảm kích ơn cứu mạng thái tử mời Thạch Sanh xuống long cung chơi.
Vua Thủy Tề gặp lại được thái tử vui mừng khôn xiết, tặng cho Thạch Sanh
rất nhiều châu báu, ngọc trai... nhưng Thạch Sanh không nhận gì cả chỉ lấy
một cây đàn rồi từ giã long cung trở về lúp lều dưới gốc đa xưa.

한편 공주는 동굴에서 나올 때 이통이 동굴 문을 막아 탓쌍을 못 나오게 하는 것을 보고
놀라 그만 벙어리가 되었어요. 임금은 매우 걱정하고 슬퍼하였으며,
이통을 시켜 신에게 기도를 하라고 했지만, 공주는 계속 말을 하지 못했어요.

Lại nói chuyện công chúa, sau khi ra khỏi hang thấy Lý Thông lấp cửa hang
không cho Thạch Sanh lên thì uất ức đến hóa câm. Thấy công chúa không
nói được nhag vua buồn rầu sai Lý Thông lập đàn cầu nguyện. Lập đàn mấy
tháng ròng mà công chúa vẫn không nói được.

요괴와 독수리의 영혼들은 함께 탓쌍에게 복수할 음모를 꾸몄어요.
그 영혼들은 궁궐에 가서 임금님의 보물들을 훔쳐, 탓쌍의 집안에 가져다 놓았어요.
그래서 탓쌍은 임금에게 잡혀 갔어요.
탓쌍은 감옥에서 억울해 하면서 악기를 연주했어요
" 단게우 틱틱팅탕, 누가 공주님을 구했느냐?"
이상하게도 공주님은 그 소리를 듣고 바로 말이 터져 나왔어요.

Hồn của trăn tinh và đại bàng bô tình gặp nhau, chúng kể chuyện và bàn
mưu tính kế trả thù Thạch Sanh. Chúng lén vào cung ăn trộm vàng bạc châu
báu của nhà vua rồi mang đến để vào trong lều của Thạch Sanh. Vì thế mà
Thạch Sanh bị bắt giam trong ngục.
Ngồi trong ngục buồn vì nỗi oan Thạch Sanh lấy đàn ra gẩy. Không ngờ cây
đàn đó lại kêu " Đàn kêu tích tịch tình tang, ai mang công chúa dưới hang trở
về..." Công chúa không hiểu sao lại nghe được tiếng đàn và reo lên xin vua
cho gọi người đánh đàn đến.

그래서 임금은 연주한 사람을 데려 오라고 명령했어요.
공주는 임금에게 그 동안에 독수리의 동굴에서 있었던 일들을 말했어요.
그때, 임금은 탓쌍에게 이통의 죄를 벌할 수 있도록 하였지만
탓쌍은 워낙 착해서 이통을 그냥 집으로 보냈고
탓쌍과 공주는 결혼해서 행복하게 잘 살았답니다.

Bấy giờ công chúa mới nói hết mọi chuyện rằng Thạch Sanh đã cứu mình
cho vua cha nghe. Biết mọi chuyện, nhà vua liền hạ ngục Lý Thông và cho
Thạch Sanh toàn quyền trị tội. Nhưng Thạch Sanh vốn hiền lành nên đã thả
Lý Thông cho về nhà. Sau đó Thạch Sanh được kết duyên cùng công chúa
và sống hạnh phúc đến hết đời.

Story of traditional fairy tale
"THACH SANH"

Once upon a time, in a small town, there was an orphan named Thach Sanh. He lived in a shabby cottage under the tree. With his only possessions, an axe and a few clothes, he chopped trees during the day and practiced martial arts at night.

One day, he met a local liquor seller, Ly Thong. Figuring out that Thach Sanh is robust and ingenuous, Ly Thong decided to take advantage of Thach Sanh on his benefit. So he approached Thach Sanh, asked him to be his blood brother, and took him to his house.

The country where Thach Sanh and Ly Thong were living, was suffering from the giant snake monster called Imugi. Imugi destroyed the town and harmed innocent residents, but Imugi was too savage for the soldiers of the country to suppress. Therefore, in order to maintain the monster's composure, the king offered one of his citizens as a sacrifice to Imugi every year. That year's sacrifice was Ly Thong, so he and his mother planned to deceived Thach Sanh and send him to the monster instead of Ly Thong. Ly Thong asked Thach Sanh, "I was supposed to watch graveyard today, but

I have to distribute liquor today. Do you mind watching the graveyard today for me brother?" Trusting his words, Thach Sahn went to the graveyard without knowing anything about the vicious monster, Imugi.

After the sunlight vanished, in a quiet and secluded graveyard, the monster crawled out and opened his giant mouth. However, without any hesitation, Thach Sahn cut off the head of Imugi with his axe, and finally slew the monster. He kept the head and burned the body to ashes. From the ashes he found a bow and three golden arrows.

Spotting Thach Sahn with the head of Imugi from a distance, Ly Thong pretended to be astonished and worried. When Thach Sahn came close to him, Ly Thong urgently yelled, "Thach Sahn! How could you slay the monster? Didn't you know that the monster is King's beloved pet? You should run away immediately! I will take care of the head." Again, trusting his sworn brother's words, Thach Sahn hurriedly ran away thanking Ly Thong's favor. After confirming that Thach Sahn had left, Ly Thong

ran straight to the palace with the monster's head, and announced the king that he had killed the monster. Relieved from the long pending headache, he threw a big festival for him and appointed him as a general.

Peace did not last long. A few days later, the princess got kidnapped by the gigantic eagle. While running away from the town, Thach Sahn saw the princess and the eagle and immediately shot the eagle. His arrow precisely hit the eagle and made it bled, but the eagle escaped from his sight. Thach Sahn chased the blood mark, but it suddenly disappeared in front of the cave. In the palace, worrying his daughter, the king ordered the general Ly Thong to rescue his daughter. Then he added his words and promised Ly Thong that he will allow him to marry with his daughter.

Despite the priceless reward, Ly Thong was worried. So he held a big festival and secretly looked for Thach Sahn. As expected, he found Thach Sahn in the festival. Greeting him aggressively, Ly Thong welcomed Ly Thong and told him about the mission he just received. Thach Sahn told him about the eagle incident. Even before Thach Sahn finished his words, Ly Thong asked him to take him to the eagle.

They arrived at the cave where the blood disappeared, and Thach Sahn entered the cave first. As predicted, there was a princess inside the cave. She noticed Thach Sahn's presence, so furtively fed the eagles sleeping pills. When the eagle fell asleep Thach Sahn tied a rope around the princess and threw the other end to the outside of the cave. From the outside,

Ly Thong pulled the princess out of the cave, and immediately closed the cave with the rock he had prepared earlier.

Trapped in the cave, Thach Sahn was looking for the way out, but the eagle woke up before he escaped. Enraged eagle aggressively and violently attacked him. After long hours of strenuous battle with the furious eagle, Thach Sahn, again, defeated the monster.

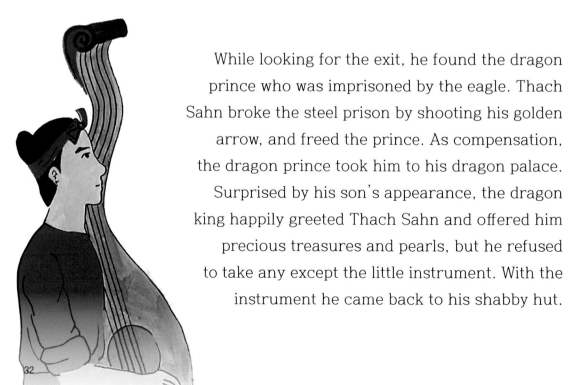

While looking for the exit, he found the dragon prince who was imprisoned by the eagle. Thach Sahn broke the steel prison by shooting his golden arrow, and freed the prince. As compensation, the dragon prince took him to his dragon palace. Surprised by his son's appearance, the dragon king happily greeted Thach Sahn and offered him precious treasures and pearls, but he refused to take any except the little instrument. With the instrument he came back to his shabby hut.

Meanwhile, shocked by Ly Thong's blocking
Thach San's way out, the princess lost her
voice. The king plunged into grief, and ordered
Ly Thong to pray for the princess' recovery.
However, obviously, nothing happened.
Meanwhile, vicious souls of Imugi and the eagle
planned how to avenge on Thach Sahn. They
sneaked into the palace and stole the king's
favorite treasures, then placed them inside
the house of Thach Sahn. As the wicked souls
planned, Thach Sahn was taken in to the prison
in the palace. In the palace, in order to calm
himself, he played the instrument he received
from the dragon king, and sang a song along,

"Ding, Ding, Ding~, Is it who saved the princess~" Then, the miracle
happened! Hearing the melody from the distance, the princess gained
her voice back.

The king ordered to find the performer
of the music that cured the princess.
Meanwhile, the princess told the king
everything that happened in the cave.
Finally figuring out the truth, the king
bestowed Thach Sahn a right to punish
Ly Thong, but Thach Sahn decided to just
let him go, and married with the princess,
living his rest of life in happiness.

글(베트남어·한국어) **박선미(Seonmi Park)**

박선미 씨는 하노이에서 유아교육을 전공한 후 하이퐁 유치원에서 교사로 활동하다 한국인과
결혼 후 한국으로 이민을 왔다.
현재 화성에서 거주 중이며 다문화 강사, 베트남 전통무용단 등 다양한 활동을 하고 있다.
베트남의 유명 전래동화를 자녀들을 포함한 한국의 다문화가정 아이들에게 전달하고자
번역작업을 하게 되었다.

영어번역 **장재혁(Jaehyeok Jang)**

Jaehyeok Jang is a senior student at De La Salle Collegiate High School at Michigan,
U.S.A. He felt very honor to be a part of this translation book project which is to
help people.
장재혁 군은 미국 미시건주에서 유학중이며, 미국에서 서구 문화를 배우면서 글로벌사회에
더욱 관심을 갖게 되었다. 이 동화가 많은 아이들에게 한국과 베트남의 가교 역할을 할 수
있기를 기대하면서 영어 번역에 참여하였다

그림 **박은선(Eunseon Park)**

박은선 씨는 산업디자인을 전공한 후 Si그림책학교 15기로 졸업하였다.
자연과 여행을 좋아해서 소소한 일상을 기록하고 그리고 있으며, 코이카 93기로 모로코에서
미술교육 봉사활동을 하기도 했다.